Tặng bé Bean, Lu, và các bạn nhỏ ♥

For little Bean, Lu, and the little ones ♥

Cảm ơn gia đình, bạn bè, và bạn đọc đã ủng hộ chúng tôi thực hiện cuốn sách này.
We are eternally grateful for the kind support from families, friends, and readers. Special thanks to our beta readers Phương Nguyễn, Bình Nguyễn and Linh Phùng.

Người kể truyện / Storyteller: TÂM LÊ

Biên tập / Editor: TRẦN QUỲNH, ROBIN KATZ, THU GIANG, ULDIS LEITERTS

Minh họa / Illustrator: CÁ ILLUSTRATION - LUN ANH

SỰ TÍCH CHÚ CUỘI - *THE LEGEND OF THE MAN ON THE MOON*
ISBN: 9798458958240

SỰ TÍCH
CHÚ CUỘI

the legend of Cuội, the man on the moon

Ngày xửa ngày xưa, có một chàng trai mồ côi tên là Cuội. Cuội tính hiền lành, chăm chỉ và hay giúp đỡ mọi người. Vì nhà nghèo, anh thường phải vào rừng sâu kiếm củi, đến những nơi chưa ai hay đến.

Once upon a time, there was an orphan woodcutter named Cuội. He was a happy fellow who often helped people in his village. He would venture into the darkest part of the forest where no one else dared to go.

Một hôm, đang mải
miết trong rừng sâu,
bỗng Cuội nghe thấy tiếng
hổ gầm gừ. Anh tiến lại gần thì
thấy có bốn con hổ con bị thương.
Cuội đoán chúng bị con thú dữ nào
đó tấn công. Nhưng chưa kịp xem xét
thì Cuội nghe thấy tiếng hổ mẹ đang
tiến đến, anh vội vàng trèo lên một
cây to gần đó.

One day, while walking deep
in the forest, Cuội found
four injured tiger cubs on the
ground. Cuội thought that
some kind of beast must have
attacked them. Just then, he
heard Mother Tiger coming
back, so he climbed up the
nearest tree to hide.

Hổ mẹ thấy con bị thương thì gào rú thảm thiết. Nó gầm gừ, rồi cắn một nhúm lá từ cây đa to bên cạnh. Hổ mẹ mớm cho mỗi hổ con một nhúm nhỏ. Kỳ lạ thay, hổ con lập tức tỉnh dậy, chạy chơi như thường.

Mother Tiger cried loudly for her badly injured children. Then, she walked to the nearby banyan tree and took its leaves. She chewed and fed the leaves to her cubs. Miraculously, the cubs became healthy instantly - their wounds healed. Mother Tiger was very happy!

Đợi mẹ con hổ đi rồi, Cuội mới mon men lại chỗ cây đa và hái một nắm lá phòng thân.

After the tiger family had left, Cuội climbed on the banyan tree, and took some of its leaves for himself.

Trên đường về nhà, anh gặp một cụ già đang hấp hối. Anh vội đưa cho cụ nắm lá mình hái được. Cụ nhai xong lập tức tỉnh lại, cảm ơn Cuội.

On the way home, Cuội noticed a sick, old man on the side of the road. Cuội gave him the leaves to chew, just like Mother Tiger did with the cubs. The old man immediately felt better, and thanked Cuội for saving him.

Cuội bèn kể cho cụ nghe về nguồn gốc của nắm lá. Cụ già bảo: "Cây đa đó hẳn là cây trường sinh bất tử trong truyền thuyết. Cậu hãy mang nó về chữa bệnh cho mọi người. Nhưng nhớ phải tưới nước sạch, chớ tưới nước bẩn kẻo cây thần tiên sẽ bay lên trời!"

Cuội told him the story of the tree. The old man replied, "It must be the magic tree that we heard about in legends. You should take it home to help other people. But be careful, and please take good care of it. Don't ever pour dirty water on the tree, it will fly away!"

Cuội nghe lời, quay lại đào một nhánh cây đem về nhà chăm sóc. Chẳng bao lâu, cây vươn cao lớn khỏe, tán lá xum xuê. Cuội dùng lá cây chữa bệnh cho nhiều người. Dân làng ai cũng cảm kích Cuội.

Cuội listened carefully to the man. He went back to take one of the roots home to grow into a new tree. Under Cuội's care, the root grew into a beautiful banyan tree. He used its leaves to treat sick people in the village.

Có một cô gái xinh đẹp ở làng bên bị ốm nặng. Nhờ lá cây của Cuội, cô nhanh chóng khỏi bệnh. Cô lấy lòng cảm kích và ngỏ ý muốn Cuội làm chồng. Anh thuận lòng, hai người sống với nhau rất hạnh phúc.

A pretty girl in the neighboring village felt sick. Thanks to Cuội, she quickly recovered. Deeply touched by his kindness and generosity, she wished to become his wife. She and Cuội got to know each other and then happily got married.

Một lần, Cuội phải đi đốn củi ở xa, anh dặn vợ ở nhà chăm cây hộ mình. Vợ Cuội bận bịu biết bao việc nhà. Một hôm, vì mệt quá, vừa giặt quần áo xong chị liền ngả đầu ngủ dưới gốc cây đa. Bên cạnh vẫn còn chậu nước bẩn.

One day, Cuội had to go on a trip far away. He asked his wife to take care of the tree until his return and she gladly agreed. Every day while Cuoi was away, Cuội's wife was busy with a lot of housework. One day, tired after washing clothes, she took a nap under the banyan tree. The bucket of dirty washing water was right next to her when she fell asleep under the tree.

Tiếng chim huyên náo trên cây khiến chị choàng tỉnh giấc, lỡ tay hất luôn chậu nước bẩn vào cây. Cây đa lập tức rung chuyển, rễ cây bục toác khỏi mặt đất.

Cuội's wife woke up suddenly when she heard loud birds chirping nearby. She rose up quickly, accidentally kicking the bucket. Dirty water spilled onto the banyan tree, and right away, it started trembling. Its roots began to break free from the ground.

Cuội về gần đến nhà thì thấy mặt đất rung lắc dữ dội. Dự có chuyện chẳng lành, anh chạy nhanh về nhà.

Cuội was on the way home when he felt the ground shaking. Sensing something unusual, he hurried home.

Cây đa đã bật rễ bay lơ lửng. Cuội lập tức bám lấy rễ cây kéo lại.
Ngờ đâu cây cứ bay lên cao mãi, cao mãi, bay tới tận cung trăng.

The roots of the banyan tree already rose above the ground.
Cuội thought he could get hold of the tree by grabbing onto its
roots. But the tree kept flying up, higher and higher. It flew all the
way to the Moon, where it finally settled.

Vì thế người xưa tin rằng ngày rằm ngước lên mặt trăng, bạn sẽ thấy chú Cuội ngồi dưới gốc cây đa thần kỳ, nhìn xuống thế gian.

That is why to this day, when you look at the Moon, you can see the shape of a man under a banyan tree. And that man

Trung Thu

Chú Cuội là nhân vật quen thuộc trong ngày Tết Trung Thu của người Việt. Diễn ra vào ngày 15 tháng 8 âm lịch, lễ hội này kỷ niệm ngày mặt trăng tròn và sáng nhất trong năm. Trẻ em thường xuống phố ca hát, rước đèn ông sao, chơi các trò truyền thống như nặn tò he, đeo mặt nạ.... Gia đình quây quần quanh mâm cỗ, ăn hoa quả, bánh Trung Thu, và kể cho nhau nghe những câu chuyện dân gian về mặt trăng, như chuyện về chú Cuội trong cuốn sách này.

Mid-Autumn Festival

Cuội is a well-known character of the Vietnamese Mid-Autumn Festival. Each year on August 15th in the Lunar calendar, this festival celebrates the day when the Moon is at its fullest and brightest. Children often sing and parade in the streets, holding star lanterns. They also play with traditional toys such as rice-powdered toy figurines and paper masks. Families gather together to eat mooncakes and fruits while sharing folk tales about the Moon—like the story of Cuoi in this book.

Discover more bilingual books at tinywrist.com

tinywrist mong muốn mang đến nhiều câu chuyện hấp dẫn về văn hóa Việt Nam đến với các bạn nhỏ.

Mời các bạn ghé thăm trang web và xem các tựa để khác của chúng tôi. Cảm ơn các bạn!

Our mission is to create more interesting Vietnamese - English materials for the little ones.

Visit our website and social media to discover other titles in our collection. Thanks for your support!

fb.me/tinywrist

instagram.com/tinywristco

youtube.com/c/tinywrist

Made in the USA
Las Vegas, NV
13 September 2021